ஐம்பூத அடிமைகள்

-ரூபிணி சோமசுந்தரம்

யாப்பு பப்ளிகேஷன்

YAAPPU PUBLICATION

(Affiliate by Aelay Publish)

ஐம்பூத அடிமைகள்

ISBN: 978-81-95345-45-8

First Edition: 2021

Typesetting By A.Siva Prakash

Proof Reading by Renuga devi

Cover Design by Anitha Dinesh

புத்தகத்தை பற்றி..,

"ஐம்பூத அடிமைகள்"

பஞ்ச பூதங்கள் சேர்ந்துதான் நாம் வாழும் சூழல் உருவாகியிருக்கிறது .நம்மை உருவாக்கியதே இந்த பிரபஞ்சம்தான்.விருந்தினர் போல் வந்து செல்வது அனைத்து உயிர்களும்தான் எனினும் , மனித நண்பர்களைத்தவிர அனைத்தும் இப்பிரபஞ்சத்த்தின் ஆக்கப்பாதைக்கே வழிசெய்கின்றன. வளங்கள் காசாகும் அவலம்போய் , பணமிருந்தும் பஞ்சபூத வளங்களுக்கு பஞ்சம் ஏற்படின்??!

இவைபற்றி பேசும் விதமாகத்தான் இந்த புத்தகம் உருவாக்கப்பட்டிருக்கிறது.

கவிஞர்களின் கற்பனையோடு கலைந்துவிட்ட எத்தனையோ கவிதைகள் இருக்கக்கூடும், இதில்அப்படியல்லாமல்;

இயற்கை உள்ளடக்கியஐம்பூதங்களையும் வர்ணித்தும் , ஐம்பத்தொரு கவிஞர்களின் இயற்கை மீதான அன்பு, காதல், இரசனை, புரட்சி, மீள்சிக்கான ஏக்கம், குற்றச்சாட்டு ஆகியவற்றை உள்ளடக்கிஎழுத்துருப்பெற்ற கற்பனைகள் தொகுக்கப்பட்டுள்ளது.

மேற்குத்தொடர்ச்சி மலையை சுற்றிலும் அரணாக கொண்டு 11.01N , 76.97Eஅமைந்துள்ள கோவையைச் சேர்ந்த இவர் ரூபிணி சோமசுந்தரம்.

இந்த புத்தகத்தின் தொகுப்பாளர். இவர் புத்தகம் தொகுப்பது இதுவே முதல்முறை.

இதுவரை இவரது படைப்புகள் 13 கவிதை தொகுப்புகளில் வெளியாகியுள்ளது.

எண்ணங்களை எழுத்துகளாக வடிக்கும் இவரது வரிகள் சிலசமயங்களில் விழியில் நீர் வரவைப்பதாகவும் இருக்கிறது.

இவரொரு சிறந்த தமிழ் வாசகி.

அவள் ஒரு அதிசயம்

ஆதி தொடங்கி இயற்கை
இன்பத்தையே இரட்சிக்கிறாள்!

ஓரறிவாய் உராயக்
கற்றுக் கொடுத்தாள்!
ஈரறிவாய் ஊர்ந்திட
கற்றுக் கொடுத்தாள்!
மூன்றறிவாய் தற்சார்பு
கற்றுக் கொடுத்தாள்!
நான்கறிவாய் வானேற
கற்றுக் கொடுத்தாள்!
ஐந்தறிவாய் நன்றியை
கற்றுக் கொடுத்தாள்!
ஆறறிவால் அழிவை
எதிர்நோக்கி நிற்கிறாள்!

நுரையாடைக்காரி வீழ்ந்தும் –
காயம் கண்டதில்லை!
செஞ்சேற்றுக்காரி நீண்டோடியும் –
கால்கள் சலித்ததில்லை!
அலையாடைக்காரி அசைந்தாடியும் –
கரையேர மறப்பதில்லை!

மின்னலுடைக்காரி அவள்
ஊசித்துளிகள் தூவுகிறாள்!
கார்குழற்காரி அவள்
பெருந்துளிகள் தூவுகிறாள்!
வெண்பஞ்சுடைக்காரி அவளோ
பனிக்கூழாய் தீண்டிடுகிறாள்!

உருவமற்று ஊடுருவி
உயிர்க்காற்றென உரமாகிறாள்!
மேலெல்லாம் தீண்டில்,
மென்மையாய் உரசுகிறாள்!
புயலென வீசிடில்,
புவியையே ஊடறுக்கிறாள்!

அவளசைவு நின்றிடில்பிரபஞ்சம்-
காட்சிப்பிழையாகிடுமோ!

-ரூபிணி சோமசுந்தரம்

இணை எழுத்தாளர்கள்

1. அபினேஷ்.வ
2. அருண்வர்ஷன். ரா. க
3. அன்பின் சகி (வசுந்தரா தேவி)
4. அனுகிரகா.சி
5. ஆ.சிவரஞ்சனி ரமேஷ்
6. உங்கள் செல்வா
7. உடுமலை பார்த்திபன்
8. கவிஞர்மு.கானா வஜீர் அகமத்
9. கவிஞர்முருகன் ராதா
10. கா.ர.நிமல்ராஜ்
11. கிருத்திகா ராமலிங்கம்
12. கிஷோர் குமார் கதிர்வேல்
13. செல்வக் குமார்.பே
14. தமிழணங்கன் மு. மகாலிங்கம்
15. தாமோதரன்
16. தேவிகா கோவிந்தன்
17. பி. தீபாவதி
18. பிரியதர்ஷினி பழனிசாமி
19. மா. அன்பு

20. மானம்_உள்ள_மாணவன்🤔✍மோசஸ்ராஜ்
21. மு.கோவர்தினிவளவன்
22. ரஞ்சிதம் ரவிச்சந்திரன்
23. வான்மதி நிலா
24. வீ.புஷ்பராஜன்
25. Baby Jamunasri
26. BreshmaMurugan
27. Devamadhi
28. DHANUSHYA .G
29. DHARSHAN.R
30. G. THILAGAVATHI
31. Guru Prasath.V
32. Haridharani Somasundaram
33. Janani G
34. K Kameshwaran
35. KanimozhiPushparaj
36. KARTHICK. K
37. Kavya V Kumar
38. Lokesh.Y

39. M. Deebika Jothi
40. M.Priya
41. MadhavanTamilselvan
42. Monika.M
43. Pragadeeshwararaja M
44. Priyadharshini T
45. R.Nandhini
46. Ram Prakash D
47. ROOBAN
48. Sowndharya .M
49. SRISATHANA B
50. Thamilarasi V
51. Vinothini.S

இயற்கை எழில்

தினமும் எழும் சூரியனே....உன்னை யார் எழுப்புகிறார்....?

துணையே இல்லாத நிலவே.... தினமும் யாருக்காக காத்திருக்கிறாய்....?

அத்தனை சோகமா கார்முகிலே....மழையாய் கண்ணீர் விடுகிறாய்...?

அவ்வளவு என்ன அவசரம் நதியே...நில்லாமல் ஓடுகிறாய்....?

அத்தனை வெட்கமா நெற்கதிரே......நிலத்தை பார்த்தபடியே நிற்கிறாய்....?

அத்தனை காதலா கடலலையே...கரையை ஓயாமல் வருடுகிறாய்...?

எங்கு சென்று சங்கீதம் கற்றாய் குயிலே....சங்கதியை மறக்காமல் பாடுகிறாய்..?

எதைத்தான் தொலைத்தாய் தென்றலே...ஓயாமல் தேடிக் கொண்டே இருக்கிறாய்...?

நான் என்ன அத்தனை அழகா நிழலே..என்னைப் பின்தொடர்ந்தே வருகிறாய்..?

அத்தனை தாராளமா மலைகளே...இத்தனை
உயிரினங்களுக்கு இடமளித்து இருக்கிறாய்...?

யாரிடம் சென்று வரம் பெற்றாய் அலைகடலே...நீ மட்டும்
அழியாமல் இருக்கிறாய்...?

யார்விட்ட சாபம் ரயில் பாதையே...வெகுதூரம் பயணித்தும்
சேரமுடியாமல் தவிக்கிறாய்...?

வள்ளுவரிடமா வார்த்தை பயின்றாய்
வண்ணக்கிளியே...அழகிய மொழி பேசுகிறாய்....?

புத்தரிடமா அமைதியைக் கற்றாய் செடியே....பூக்களைப்
பறித்த போதும் புன்னகைத்து நிற்கிறாய்....?

அத்தனை ஆணவம் கொண்ட மனிதனே.....இத்தனையும்
நீயேதான் அழிக்கிறாய்..!

- அபினேஷ்.வ

மண் வாசனை

வானத்தில் விழுந்த வெளிச்ச விரிசல்கள், வருணன் அவனின் வருகைக்கான அடையாளம் அது

குதூகலமானாள் மண், நீண்ட நாட்கள் கழித்து குளிக்க போகிறாள் என்பதனால்

குளியலை தொடங்கினாள் மண், அவசரக்காரி....இலை மீது விழுந்த மழைத்துளிகள் தரை தொடாமலா போய்விடும்...

அதற்குப் போய் கோபம் கொண்டாள் இலை மேல்....
என் வேர்களுக்கு பின்தான் உனக்கு,

என்னையே கோபிக்கிறாயா என்று பழி வாங்கியது இலை..

பின் வேறு வழியின்றி பொறுமை காத்துபெருமைப் பேசிக்கொண்டாள் குளித்ததால் கிடைத்த வாசம் பற்றி..

மண்ணிற்காக பிரத்யேகமாக தயாரிக்கப்படும்
வாசனைத்திரவியம் தான் மழையோ!

மனிதனை தொடும்போது வராத வாசனை
மண்ணைத் தொட்டவுடன் மணக்கிறது!

-அருண்வர்ஷன். ரா.க

பசுமை புரட்சி

பசுமை புரட்சி!....

நம்முள் திட்டமிட்டவளர்ச்சி ஏதுமில்லைநாளை என்ற பார்வையேமறந்து ,

இன்று என்பதற்காக இயற்கையேஅழிக்கிறோம், பசுமைகாலம் வெறுத்துப்போனது !

சொர்க்கம் தேடி அலைகிறோம்இயற்கையை மறந்து,
காற்றையும் காசு கொடுத்துவாங்கும் நிலை விரைவில்!!!

நிலங்களை அழித்துகட்டிடம் அமைத்தோம்ஆறுகளையும் குளங்களையும்எங்கோ பார்த்த ஞாபகம்,

இன்றோ தண்ணீருக்காககையேந்தி நிற்கின்றோம்!

நிழலின் அருமை வெயிலும், நீரின் அருமை தாகத்தின்போது தான்தெரியும்!....

உலகையே உள்ளங்கையில்வைத்து இருக்கும் நமக்கு உணவை உள்ளங்கையில் கொண்டு வர உழவனால் மட்டும் முடியும்என்பதை ஏன் மறந்தோம்!

மாற்றம் வேண்டுமனால் பசுமையை மீட்டெடுப்போம், வானம் செழிக்க வாழும் இடத்தை பசுமையாக மாற்றுவோம்!.....

-அன்பின் சகி (வசுந்தரா தேவி)

இயற்கையின் காட்சிகள்

குளிர் காற்று பொழியும்காலைப் பொழுதில்!

அழகிய மேகங்களை விழிக்கொண்டு இரசிக்கையில்-
பொன்னிற ஆதவன் தோன்றினான்!

விருட்சத்தில் கிளையின் பனித்துளிகள் அகன்று-
மலர்களாய் சுவாசமளித்தன!

பறவைகள் அழகிய கூச்சலிட- இலையின் அசைவால்
இளம் தென்றல் வீசியது!

மண்மணம் நாசி துவாரத்தை துளைக்க - மயிலினம் தோகை
விரித்தாடியது!

வானம் அடர்ந்த மழையைக் கொட்டித் தீர்க்க - வாடிய
பயிரெல்லாம் பச்சைப்புடவையாய் பூத்தன!

மேகத்தின் சாரல் துளி கதிரவனோடு இணைந்து ஏழு
வண்ணங்களை பரிசிலிட்டது!

நண்பகல் சூரியன் மெல்ல தணிய - மாலை தென்றல்
வீசியது!

தங்குமிடம் செல்ல பறவைகள் வானத்தில் கோலமிட்டன!

மழலையின் சிரிப்பும் குறும்பும் சாலையை அழகுட்டியது!

கருநிற ஆகாயத்தில் சட்டென ஓர் வெளிச்சம் - அதை சுற்றி எண்ணிலடங்கா நட்சத்திரங்கள்!

பல்லாயிர விளக்கு இருப்பினும் - நிலா வெளிச்சத்தில் உணவு!

இயற்கையோடு இணைந்து மறுவிடியல் நோக்கி காத்திருக்கிறான் மனிதன்!!!

-அனுகிரகா

வைகறையின் வசம்

பஞ்சு மெத்தை போல் பனிக்குவியல் ஊடே விழி

விரிக்கபட்டென அப்பிக்கொள்ளும் புல்வெளிகளில்-

முரலும்வண்டுகளும், ஆதவன் கரம் தொட காத்திருக்கும்

கொழுநனையும், மனம் பறித்து மணம் வீசும்

பூவினங்களும், மலர் விட்டு மலர்மாறும் புல்இனங்களும்,

சிறு சிறு கொஞ்சலோடு துள்ளித்திரியும் ஆவினங்களும்,

சட்டென கொள்ளை கொள்ளும் நெஞ்சதனை!

விழி நிறைக்கும் விந்தைகள் பற்பலவிடியலில்-

கண்ணில்பட்டன சிற்சில,

இயற்கை அன்னையின் ஆர்ப்பரிப்பில்வைகறையில்

வாஞ்சையாய் தொலைந்தேனடி!

விதைத்தே உயிர்க்கொள்

இயன்றளவு இப்போதாவது விதைத்திடு

இனிவரும் சந்ததியாவது இம்மியளவானும்

இயல்பான சுவாசம் கொள்ள-

இயற்கை அன்னை அமுதூட்டுவாள்.

உயிர்த்துளிக்கு உரியவனே

மண்ணிற்கு பாரமில்லா உயிர்த்துளியாம்

மழைத்துளியை தந்தே மடிந்து போகிறான்

பேரிடி ஒளி வெள்ளத்துடன்–

வான்மகளின் புதல்வனவன்கார்முகிலன்.

-ஆ.சிவரஞ்சனி ரமேஷ்

நான் கண்ட கனா

கனா ஒன்றை கண்டேன்.....

அதில் பச்சை மலை ஒன்றை கண்டேன்.......

அந்த மலையில் ஒரு மரம் ஒன்றை கண்டேன்.....

அதில் ஒற்றை இலை விழக் கண்டேன்.....

அதை மக்கள் யாவும் விழாப் போல் கொண்டாட

கண்டேன்......

வறண்ட நிலமொன்று கண்டேன்......

அங்கே ஒரு பருக்கு நீருக்காக.......

அடிப்பட்ட பெண் புலிகளை கண்டேன்.....

ஓடை சேர்ந்த அலைகடல் ஒன்றை கண்டேன்.....

அங்கே உள்ள ஊரெங்கும் ஓலஅலைகள் வீசக்

கண்டேன்......

பலரும் அறிந்திராத பனித்தேசம் ஒன்றை கண்டேன்......

அங்கே உருகாத நெய்யும் உருண்டோடக் கண்டேன்......

கலைந்து போனக் கனிவுகளுக்கு

மத்தியில்.....கரைப்புரண்டு நின்றக் காற்றாலை ஒன்றை

கண்டேன்.!

-உங்கள் செல்வா

காணாமல் போனவள்

நான்தேடும் தேவதைக்கு பால்வெளி தான் நெத்திப்பொட்டு;

அவ பெத்த கொழந்தைங்களோ கோள்களென சுத்திக்கிட்டு,

ஓயாது ஒருநாளும், ஓடியாடி வெளையாண்டு;

ஒன்னையொன்னு பாப்பதுக்கே, ஆகும் பல ஒளியாண்டு!

சூரிய கூர் விழி, அது சுட்டெரிக்கும் ஓர் விழி!

சந்திர கண்ணொளி, அது மந்திர தண்ணொளி!

கருப்பான, வெளுப்பான மேகமெல்லாம் இமையாகும்; கரிக்காத கண்ணீரு கசுஞ்சாலே மழையாகும்!

அவ தயவு, எவரஸ்ட்டே அறியாத உயரமுங்க; அவ மனசு, செரியான மரியானா ஆழமுங்க!

பறவைக ஒடம்புக்குள்ள பக்குவமா நொழஞ்சிருப்பா; படபடனு சிறகடிப்பா; கீச்சுக்கீச்சு கத படிப்பா!

புள்ளினங்க கொறஞ்சதால பாதி பல்லு கொட்டிப் போச்சு; எந்திரத்த எதுத்து கத்தி பாவி தொண்ட கட்டிக்கிச்சு!

கொஞ்சநாளா அவ போக்கு கொஞ்சங்கூட செரியில்ல;

சூறாவளி காத்தேறி சுத்தாத ஊரில்ல; குறுக்கால மரம் வந்தா

சடக்குனு முறிக்கிரா; கூரய கீரய பாத்துட்டா படக்குனு
பிரிக்கிரா!
வெள்ளத்துக்குள்ள புகுந்துகிட்டு வெறிபுடுச்சு
திரியிரா!காட்டுத்தீ கைபுடுச்சு கண்டபடி எரியிரா!
கொள்ளைநோய் பேரால போடுமாட்டம் புரியலயே;
இப்பத்தான இங்கிருந்தா, எங்கபோனா தெரியலையே!
தீப்பட்ட காயத்தால திச கெட்டு ஓடும் மிருகங்களே; ஒடஞ்சு
போன சோகத்தால ஒடனே உருகும் துருவங்களே;
சாயமெல்லாம் வெளுத்துபோயி கரஞ்சுபோகும் பவளங்களே;
சாவ முதுகில் சொமந்துகிட்டு கரைக்குபோகும் ஆமைகளே;
யாராச்சும்? எங்காச்சும்? அவளக்கீனு பாத்தீங்களா?
யாவும் நிற்கின்றன, அவள் பெயரை கேட்கின்றன; இயற்கை
என்றதும், ஒருமுறை சிலிர்க்கின்றன;
விசமமாய் சிரிக்கின்றன;
ஐயோ மரிக்கின்றன!!!

- உடுமலை பார்த்திபன்

இயற்கையான மழையை ரசித்தேன்

உன்னை ரசித்தேன்
உன்னை காணமரங்களை வளர்த்தேன்
பூமியை குளிரவைக்கவந்து விடு
பலமும்வளமும்மண்ணுக்குதந்துவிடு
மரங்கள்அசைகின்றன
மேகங்கள் கசைகின்றன
பறவைகள்பறக்கின்றன
காரசாரமாககாற்றுவீசுகின்றன
பூக்கள்அங்கும், இங்கும்ஆடுகின்றன
சூரியன்மறைந்துவிடும்
வாசனைகள்முகிழ்ந்து விடும்
விவசாயம்செழித்துவிடும்
நீ வரும் நேரங்களில்!
எந்த நேரத்தில் வருவாய் என்று தெரியாது!
நீ ஒரே மாதிரியே வருவது கூட கிடையாது!
திடீரென்றுமிரட்டின
கடல்அலைகளைஎழுப்பின
புயல்மழையாகமாறின
நீ நல்லவனாகவும் இருப்பவன்!
நீ கெட்டவனாகவும் இருப்பவன்
நீ நினைத்தால் இந்த உலகத்தையே அழித்துவிடுவாயே...!

இடி சத்தங்களைக் கேட்பேன்
மின்னல்களை பார்ப்பேன்
குளிர் காற்றில் மிதப்பேன்!
மின்சாரத்தை துண்டிப்பாய்
தப்பு செய்த மனிதர்களை கண்டிப்பாய்
வண்ணப்பூக்களை மலரச் செய்வாய்!!
சாரல் அடிக்கும் அதுஜில்லுனு இருக்கும்
நாய்கள் நனைந்தபடியே சாலை கடக்கும்
மயில்களின்தோகை விரியும்
அதில் நீ வந்து விடுவாய் என்று தெரியும்
பனிக்கூழ் என் வாயில் கரையும்ஜில்லுனு!
அமைதியாக வா அதே சமயத்தில் அம்சமாகவும் வா..

_ (கவிஞர்)மு .கானா வஜீர் அகமத்

கோடை மழை

கோடையில் வந்து என்னைக்
கொஞ்ச வந்தாயோ கொஞ்ச நேரம்!.

எப்பொழுது வருவாய் என் மீது உன்
முத்தம் என்னும் இசை தருவாய் என்று
ஏங்கிய நாட்கள் ।பல,

கோடை வந்தால் உன் நண்பன்
என்னை கொடூர விபத்தில்
கோபமடைய செய்வான்,

அப்பொழுது உன்னை நினைத்தேன்
ஆச்சரியமாய் வருவாயா உன் முத்தங்கள் பல –
என் மேனி எங்கும் விழ செய்வாயா என்று!

சாதுவாய் வந்தாள் சத்தமில்லாமல் வருவாய்.
சண்டையோடு வந்தாள் சகலத்தையும்
அழைத்துச் செல்வாய் அடித்துச் செல்வாய்,.

உனக்குள் வேறுபாடு இல்லை
ஆனால் வெட்டியாக இருக்கும்
எங்களுக்கும் வேறுபாடு உண்டு!
கிடைக்கும் நீரை சேமிப்போம்
பிற்காலத்தில் பெரிதாய் உதவும்
என்று நம்புவோம்!

-ஈரோட்டிலிருந்து கவிஞன் முருகன் ராதா

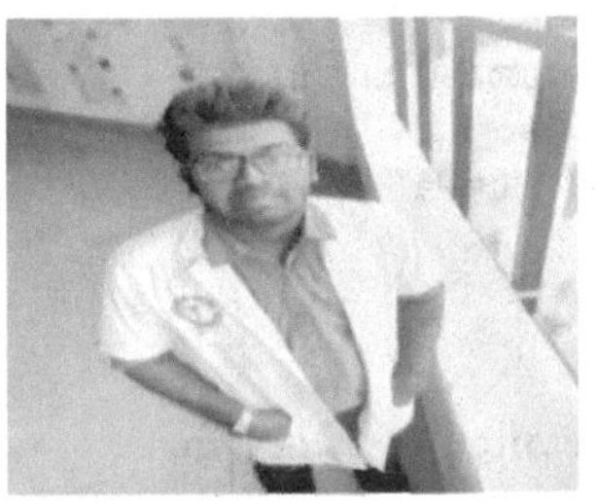

இன்றியமையா இயற்கை

மழை வந்து மீட்டிய மண்வாசம்,
இசை கொடுத்த குயில் நேசம்,
கரைகள் உரசும் நதிநீர் முத்தம்,
எங்கும் எதிலும் இயற்கை சித்தம்!

உழவன் வியர்வை முத்தமென வாங்கி,
உழைப்பின் பலன் காட்டும் பயிர்பாசம்.
அனுபவிக்க ஆயிரம் தரும்,
அள்ளக் குறையா இயற்கை தேசம்!

இன்னா செய்தாரை ஒறுத்தல் குறள்கூறும் –
கடலும் வானமும் உப்பின் வழியில்,
அருவி அருகே ஆறுதல் கிடைக்கும்,
அழகாய் விழுந்து ஆசை எழுப்பும்!

மனதை மறந்து மழலை ஆவாய்
மலை மருங்கினில்; மழை பொழிவினில்,

மழைத்துளி அழகு கண்ணில் பதியும்,
வெள்ளைப்பூவின் ஓரம் நனையும்...

முகிலுரசி பின்வரும் மழையும் இடியும்,
மழையும் நானும்; என் காலும் நிலமும்
என் தாயும் பிரம்பும் வாழ்வியல் இணைப்புகள்...

வானம் தாண்டி விண் விரைவினும்
மண்மடி மாரி காணாது போயின்,
மனித மதம் மரணம் தழுவும்..,

சாவின் விளிம்பில்-
சாத்திர இனம் சத்தியம்
அன்பு தருவது இயற்கையின் இயற்கை,
மனிதம் வாழ்த்துவது இயற்கையின் இயற்கை,
அதை அழிப்பது மனித இயற்கை..,

மதம் மறந்து சாதியம் அறுத்து
உலகம் உறவென ஓரணி நின்று
இறைகொடை இயற்கை தோள்தந்து வளர்ப்போம்..!

-கா.ர.நிமல்ராஜ்

அளிக்கும் இயற்கையை அழிக்கும் மானுடம்

தொலைந்த நாட்களைத் தேடித்தேடி அலையும் நிகழ்காலப் பெருமக்கள்..,கண்முன்னே நிகழும் அவலங்களைக் கண்ணெடுத்தும் பாராததேனோ..!ஒன்றல்லஇரண்டல்ல காரணம் கூறற்கு!

கார்முகிலின் காட்சியையும்..பூந்தென்றலின் தோரணையையும்..இரசித்திடக் காரணமுண்டோ..! வளைந்து பாயும் நதிகளையும்..நிமிர்ந்து நோக்கும் மரங்களையும் வருணித்திட மொழிகளுண்டோ..!

வளரும் அறிவியல் மானுடத்தின் வளர்ச்சி!அழியும் இயற்கை மானுடத்தின் வீழ்ச்சி!மானுடம் பெரிதென்று எண்ணுகிறாயா? இருக்கட்டும்..!உன்னிடம் மனிதத்துவம் இருக்கிறதா? உன்னையே கேட்டுப்பார் !

கல்லும்,புல்லும்,பறவையும்,விலங்குகளும் சேர்ந்த இயற்கைக்கு..கல்லும்,மானுடமும் ஒன்று தான்..!உன் நிழல் கூட உனக்கே பயனளிக்காத பொழுது.. ஊருக்கே நிழல் கொடுத்துப் பயனளிக்கும் ஒற்றை மரம் - உன்னைப் பார்த்துச் சிரிக்கட்டும்..!அது வெட்டப்பட்டு மடிந்தாலும் பயன் கொடுக்கும்!

வற்றாக் குளங்கள்அன்று!வற்றிய வளங்கள்
இன்று!கிராமிய வளங்கள் அன்று!கார்ப்பரேட்டுகள்
இன்று!புண்ணிய நதிகள் அன்று!குப்பைக் கூளங்கள்
இன்று!நூறாண்டு கால நோயில்லா வாழ்வு
அன்று!நாற்பதாண்டு கால நோயாளி வாழ்வு
இன்று!இப்பொழுது பெருமையாகக் கூறிக்கொள்..! நான்
மானுடமென்று!காற்றும் காசாகும் அவலம் !

உன் வீட்டு முற்றத்தில் கோலமிடுவாய்,அடுத்தவர் வீட்டு
முற்றத்தில் குப்பையிடுவாய்!வளங்களை நீ படைத்தாயா ?
அழிப்பதற்கு !!வளங்கள் இயற்கையின் படைப்பு!சில காலம்
வாழும் மானுடம்..அழிவில்லா இயற்கையை
அழித்துக்கொண்டு இருக்கிறது!இனிக் கூறிப்
புரியவைப்பதற்கு ஒன்றுமில்லை..!

மானுடச் செயலால் இயற்கை பொங்கும் காலம் விரைவில்!!

இயற்கை இல்லையேல் ..மானுடமில்லை!! வளங்களைக்
காத்து இயற்கையை வளர்ப்போம்!!!

-கிருத்திகா ராமலிங்கம்

அவள் எனும் அதிசயம்

ஊரடங்கு காலத்தில் உப்பிய உடலைக் குறைக்கஅதிகாலை வேளை நடைபயிற்சிமேற்கொள்ள முடிவு கொண்டேன்.

வீட்டுவாசல் தாண்டி சிறுதூரம் வந்தேன்மனதிற்கு இன்பமும் , குளிர்ச்சியும் தரும் - இளங்காலை காற்றை மெதுவாக இழுத்து பெருமூச்சு விட்டு மகிழ்ந்தேன்.

மேலும் சிறுதூரம் சென்றேன் - வெட்டவெளியிலே நான் அவளைக் கண்டேன் !தன்னை பார்ப்பவர்களுக்கு இனிமையும்தன்னை ரசிப்பவர்களுக்கு மனதில் குளிர்ச்சியும் தரும் " அவள் " யார் ? இந்த வினாக்கு விடை எண்ணிநடைபயிற்சியைத் தொடர்ந்தேன்.

கடவுளை எவ்வாறு உணர்ந்து தெளியவேண்டுமோ ; அதேபோல் அவளையும் - உணர்ந்துதெளியவேண்டும் என்று முடிவுகொண்டேன்.

வெகுநேரம் கழித்து அவளை உணர துவங்கினேன் .நாம் அனைவரும் இப்பூவுலகில் நலமாய் வாழ அவளே காரணம்அவளின்றேல் இப்பூவுலகம் நரகமாகிடும் - பின்நெளிந்தேன் அவளை ! " அவள் " தான் இயற்கை !உலகோர் அனைவரின் முதல் தாய் அவளே !

ஆனால் அவளின் அதிசய அழகை அறியாது - நாம்அவளையே அழிக்கத் துணிந்து , நம் அழிவை நாமே தேடியுள்ளோம்.நம் பிள்ளைகளுக்கு செல்வம் சேர்த்து வைக்கும் நாம், அவர்கள் நிம்மதியாக வாழ வழி செய்ய மறக்கிறோம்.

நாம் தூய காற்றை சுவாசித்தோம் - ஆனால்நம் பிள்ளைகளுக்கு சுவாசிக்க தூய காற்றை தர மறக்கிறோம்நாம் தூய நீரைப் பருகினோம் - ஆனால்தற்போது நீர்நிலை ஆக்கிரமிப்பு , கழிவுநீர் கலப்புஆகியவற்றால் தூய நீரும் இல்லை.

வெறும் செல்வம் மட்டும் நிம்மதியான வாழ்வை தராது .உணவு , உடை , உறைவிடம் எனும் நம் அடிப்படைத் தேவைகள் ; இயற்கை , உணவு , உடை , உறைவிடம் என மாறவேண்டும்.

இயற்கை எனும் " அவளை " காப்பதே நம் கடமை,அழிப்பது அல்ல !!!

-கிஷோர் குமார் கதிர்வேல்

இயற்கைச் செழுமை

இயற்கையின் பேரழகைக் கண்டுநான் சற்றே பொறாமைப்
படுகிறேன்...!அந்த வானைப் போல உயர்ந்து
நிற்பதாலும்,இம்மண்ணைப் போலஎல்லோரையும் தாங்கி
நிற்பதாலும்...!

யாருக்கும் அஞ்சாதுகொட்டித்தீர்க்கின்ற மழை...!என்ன
தடை போட்டாலும்ஓடிக் கொண்டிருக்கும் நதி...!அந்த
நதியினிலே தினம்தினம்முகம் பார்த்து ரசிக்கும்
நிலா...!நிலவை மட்டுமே தன்மகளாக -
வளர்த்து வரும் விண்வெளி...!

இப்படியாய் இருக்கையில்...!இப்படியும் இருக்கலாம் எனக்
காட்டுகின்ற மழையின் மண் வாசம்...!

அந்த வாசத்திலே தவழ்ந்து வரும் எண்ணற்ற
நினைவுகள்...!அந்த நினைவினிலே மிதந்து போகசற்றே
மழையினிலே நனைந்த உணர்வுகள்...!என இயற்கை
நம்மோடுஇணைந்து இசைந்து கொண்டுதான்
இருக்கிறது...!

இயற்கை நம்மை இன்னமும்காத்துக் கொண்டுதான்
இருக்கிறது...!இன்றும் அழைத்துக் கொண்டு தான்
இருக்கிறது இன்பமாய் வாழ்ந்திட...!

இருந்தும் நம் மனம் எல்லாம்ஏனோ மறுக்கிறது...!

செயற்கையில் மட்டுமே செழித்திட்டதால்...!

-செல்வக் குமார்.பே

ஹைக்கூ கவிதைகள்

உடல் முழுவதும்
பொதுவுடமை பிரகடனம்
லஞ்சம் பெறாத மரங்கள்.

ரகசியங்களின் உறைவிடம்
காலங்களைக்கடந்த காத்திருப்பு
நெடுஞ்சாலையோர மரங்கள்.

எனது நிர்வாணத்தில்
மூன்றுவேளை உணவு
நெல்மணி.

இந்த காட்டில்
எந்த மரம்
நூல் புத்தகம்.

வறட்டுப் பசி
உணவுப் போராட்டம்
விளை நிலங்கள்.

வீட்டின் முற்றம்
தலைவனுக்காக காத்திருப்பு
சூரியகாந்தி.

யாரிடமும் பிச்சை கேட்காமல்
சுய உழைப்பில்
ஆகாசப் பறவைகள்.

விட்டுவிட்டு பெய்கிறது மழை
விடாமல் தொடர்கின்றது
மழை மேகங்கள்.

ஊர் முழுவதும்
பட்டாசுவெடி சத்தம்
சுற்றுச்சூழல் தினம்.

கடும் தவம்
யாருக்காகவோ எதிர்பார்ப்பு
நீண்ட மலைகள்.

புதிதாக கட்டப்பட்ட வீடு
சுற்றி ஒரு மரங்களுமே இல்லை
குப்பைத்தொட்டியில் மாங்கொட்டைகள்.

விரிந்த மலைபரப்பு
விதவிதமாய் பாறைகள்
எது கடவுள் சிலை

தமிழணங்கன் மு. மகாலிங்கம்

செயற்கைக்குள் மலரும் இயற்கை

“உயர் தர மித வேக ஊர்தி
உயிர்த்துணை உரைக்கிழத்தி
உத்துங்கத் தனி உறைபதி"

இத்தனையே நெறி என போற்றி
உகள்வாழும் உன் சதுரங்க போட்டி
எத்தனை காலம் நிலைத்திருக்க வேண்டி??

திடர் குன்று எட்டிச்சீறும்
கீர்த்தி மிகு ஊர்தியும் கார்த்திவிடும்;
தீர்த்தமன்றோ தொடர்வண்டி கட்டுச்சோறின்
சுவை மிகு பயணம்!

கைத் தாண்டிப் போன காதலர்
தூற்றியே உயங்குவதேன்;
மைத் தீண்டிப் போகும் காலதர்
காற்றிலே மயங்கிட பார்!

தத்தை பேசயிலே சத்தக் குயிலோசையிலே குரம்பையில்
கொண்ட துயில்;

மெத்தை மேசையிலே நிசப்த அலைவரிசையிலே

மாளிகையிலும் கிடைக்கப் பெறின்,

உள்ளதை உல்லாசமென எடுத்துக் கொள்ளும் உள்ளத்தை

உருவாக்கிடுவீர்!!!

உளமதில் வயங்கிடுவீர்..!

குரம்பை -சிறுகுடில்

உரைக்கிழத்தி -கலைமகள்

உகளல் -ஓடி திரிதல், துள்ளல்

உறைபதி -வசிக்கும் இடம்

உத்துங்க -உயர்ந்த (superior)

ஊர்தி -வாகனம், வண்டி

திடர் குன்று -மேடு பள்ளமான மணல் குன்றுகள்

கீர்த்தி -பெருமை

கார்த்திவிடும் -வெறுத்துவிடும்

காலதர் -சாளரம், ஜன்னல்

உயங்குவது - வருந்துவது

தத்தை -கிளி

வயங்குவது – மின்னுவது

-தாமோதரன்

தேவதையும் சாத்தான்களும்

நான் ஒரு கவிதை எழுத முயல்கிறேன்
காதல் கவிதைஅது !
காதலும், காமமும் தேனாய்
ஒழுகும்காதல் கவிதை அது!
சில நூற்றாண்டுகள் முன்னோக்கி கடந்து
மனதின் வழி ஓர் காலப்பயணம்
காலம் கடந்து சென்று எழுத முயல்கிறேன்
என் கவிதையைஆர்ப்பரித்து சிந்தும்
அருவி என அவள்
சிரிப்புநெஞ்சினை நனைக்கும்
மழை துளி அவள்
பார்வைகோபத்தில் சஹாரா ;கொஞ்சலில் சிரபுஞ்சி
எழுத ஆசைதான் இப்படியெல்லாம்
பேனா நகரவில்லை ஆனால்!

பிண மேட்டில் கவிதை எழுத கற்கவில்லை
நான்சவக்குழியின் ஓர் மூலையில்
மரணத்தின் சந்நிதியில்சாத்தானின் ஓலக்குரல்
நானே பிள்ளையாகவும்; நானே சாத்தானாகவும்!

உயிர் கொடுத்தவரின் உயிர் பறிக்கும் சாத்தானாகஅன்றே
கொஞ்சம் முயற்சித்திருக்கலாம்
நோயின் தீவிரம் குறைந்து இருக்கும்,
அவள் ரத்தமெல்லாம் சாக்கடை
உடலெங்கும் விஷ ஊசி தழும்புகள்,
பசுமை மார்புகள் பாலைவனம் ஆனது
சாத்தான்களின் ஓலக்குரல் 'ஓ'வென ஒலிக்கிறது!

அன்றே கொஞ்சம் முயற்சித்திருக்கலாம்
நோயின் தீவிரம் சற்றேனும் குறைந்திருக்கும்மூச்சுமுட்டி
கண்விழித்தேன்
கவிதையில் கசிந்தது செந்நீர்!

- தேவிகா கோவிந்தன்

என் இனிய இறகே

பறவையின் இறகுகள்
பறக்கும் அழகைப் பார்த்து ரசிக்கிறேன்
இப்போது ரசிகை நான்
ரெக்கையின்றி பறக்கும் என் மனதிற்கு தெரியவில்லைநான்
செயற்கையாக உருவாகியவள்என்றும், இயற்கைக்கு
சமமாகமாட்டேன் என்றும்!

உயரப் பறக்கும் விமானம்;
குழந்தைகள்விடும் பட்டம்;
காற்றில் பறக்கும் காகிதம்;
ரெக்கையின்றி பறக்கும் காதல்மனம்,
இவைகள் அனைத்திற்கும் ஒரு காரணம் தூண்டுதல்
உன் இயற்கை இறகுகள் மட்டும்
ஏன் காரணமின்றிஅழகில் மயக்கிட
வண்ணங்கள் மின்னிட,
அகண்டு பறக்கிறது அழகிய இறகே!

குழந்தை மனமாகி,

மேலே மேலே பறக்க ஆசை;

தூசிகளாகிகாற்றோடு காற்றாக

பறக்க ஆசை;

வண்ணத்துப் பூச்சியில் வண்ணங்கள் பல,

அதில் நானும் வண்ணமாக மின்னிட ஆசை!

கண்ணிமைக்கும் நேரத்தில்சட்டென்று -

பறந்து மறையும் சிறிய பறவைகள்;

அகண்டு பறக்கும் பருந்துகள்;

அவற்றின் ரெக்கைகள் –

ஒவ்வொரு விதமான வண்ணங்களுடன் இருக்க, அதன்மேல்

பேராசை!

பிஞ்சு குழந்தையின் விரல்கள்
எத்தனை மென்மையோஅத்தனை மென்மை -
உன் இறகுகள்,
பிஞ்சு கையில் அச்சடித்த
பதிவு வரிகள்இறகிலும் வரிவரியாய்,
அழகிய வரிகள்கன்னத்தில் மென்மையாய் வருட,
என் உலகம் இவ்வளவு அழகென்று உணர்கிறேன்!!

-பி. தீபாவதி

இயற்கை

அழகிய அந்நாள் ஒரு பொன்னாள்
எனப் பகிரத் தோன்றுதே!!!
பகலவன் எட்டிப் பார்க்க,
மேகங்கள் சூழ்ந்த நிலையில் அவன்..,
கும்மிருட்டான அழகிய வானில்
கார்மேகங்கள் மோதிட,
இடி முழக்கங்களுடன்,
மின்னலொளியும் ஒரு சேர –
பூமியின் மக்கள் சருகு சண்டுகளை எல்லாம் குவித்தெரிக்க,
வெளிச்ச வெப்பக் காற்று வீசிய மாலை நேரம் அது!

மழையானது சலசலவெனப் பெய்ய,
குளிர்ந்த காற்று வீசியது..,
எரிகின்ற நெருப்பில்
கைகளைப் பட்டும்படாமல்,

குளிர் காய்ந்த அழகிய அந்நாள் ஒரு நன்னாள்!

அகன்ற ஆகாயம் பெருமழைப் பெய்து,

நாம் வாழும் நிலத்தையும்,

நம் மானுடர் மனத்தையும் கவர்ந்து,

நெருப்புக் காற்றில் குளிர் காய செய்து,

"ஐம்பூத அடிமைகள்"என்ற,
தீராப் பட்டத்தைக் கொடுத்துக்
கொடி ஏற்றி எழில் சேர்க்கிறதே!!!!!!!

-என்றும் அன்புடன் உங்கள்

பிரியதர்ஷினி பழனிசாமி

பஞ்ச பூத சுழற்சி

உயிராய் உருமாறிய வெற்றிடம்
உடலை சுமக்கும் நிலம்
உறுப்பெங்கிலும் ஓடித்திரியும் திரவம்
உயிரை இயக்கும் சுவாசம்
உருவம் எரிக்கும் தீ
உயிர் இருந்த இடம்
இன்று வெற்றிடம்

-மா.அன்பு

பஞ்ச பூத இன்பம்

தாயின் மார்பகம்
சிந்தும் அமுதம்
இருட்டில் தடுமாறி
என்மீது மோதும்
தென்றல்
உவர்நீரை நன்னீராக்கும்
சூரிய ஒளி
வாழ்வு திகட்டாதிருக்க
எல்லை தீர்மானித்து

உயிரை
உண்டு செறிக்கும்
வெற்றிடம்
சிதைந்த உடலை
குவித்து
தங்கமாக்கிய நிலம்

-மா.அன்பு

பஞ்ச பூத காதல்

மறைவிடம்
அளித்த நிலம்
ஈருடல் இறுகிட
வீசிட்ட குளிர்காற்று
எதிர்பாலின உடல்
ஈந்திடும் வெப்பம்
தாகமுற்றவனுக்கு
இனிப்பில்லா இதழ் நீர்
அந்தரங்க அங்கம்
நுழைந்திட்ட வெற்றிடம்

-மா.அன்பு

இறைசக்தியும் இயற்கையும்

மரங்கள் எல்லாம் மகிழ்ச்சியாய் இருக்க மனிதர்கள் எல்லாம் பயந்து ஒளிய, செடிகள் எல்லாம் சிரித்து இருக்க மனிதர்களோ சீரழிந்து கிடக்க, விலங்குகள் எல்லாம் வீரநடை போடமனித இனமோ விடைதெரியாமல் தவிக்க, பறவைகள் எல்லாம் பறந்து மகிழமனித இனமும் உற்றுப்பார்க்க, கொரானாவோ கோரத் தாண்டவம் ஆடமனித இனமோ மருந்தைத் தேட, அறிவியல் கை கொடுக்கவும் இல்லை ஆயுதம் கையிலும் இல்லை!

உலகமே உற்று நோக்கஇயற்கையோ விழுந்து சிரிக்க, இது மனித இனத்திற்கு பேரழிவு;இயற்கைக்கோ பெருமகிழ்ச்சி!

வாகனங்கள் இல்லாமல் வழியோ வெறிச்சோடமாசு இல்லாமல் காற்றோ மகிழ்ச்சியில் துள்ள, என்ன அருமை காட்சி இது!

இயற்கை எல்லாம் யாருக்கும் அஞ்சவும் இல்லை
மனிதனைப்போல் யாரிடமும் கெஞ்சவும் இல்லை,
அளிக்க நினைத்தவன் எல்லாம் அழிந்து
கிடக்கஇயற்கையோ அவனுக்கு பரிதாபம் நோக்க,
கும்பிட்ட கோவில்கள் எல்லாம் இழுத்து மூட,
கல்லான கடவுளோ கோவிலின் உள்ளே!

இயற்கையோ இங்கும் அங்கும் அலையமனிதனோ
ஊரடங்கு உத்தரவுக்குள்ளே கிடக்கின்றான்!
இப்பொழுது ஒத்துக் கொள்ளுங்கள் - இறை சக்தியை
விட இயற்கையே மேலானது என்று..!

-மானம்_உள்ள_மாணவன்மோசஸ்ராஜ்

தீ மூட்டியது யாரோ..?

தீ மூட்டியது யாரோ..?

அழகிய தீயே உன்னை மூட்டியது யாரோ?
நல்வினை, தீவினை என தன் பணியை,
செவ்வனே செய்யும் நீ –
என்ன கோபத்தின் தங்கையோ...?

பற்றிக்கொள்ளும் போது பேரிடராகிறாய்;
பற்ற வைக்கும் போது –
இன்முகம் கொண்டு மெய்சிலிர்க்க வைக்கிறாய்...,
நீ என்ன மின்மினி தேசத்தை சேர்ந்தவளோ??

நீ எங்கு தான் இருக்கிறாய்..?
தீப்பெட்டியின் பக்கவாட்டில் சதுரங்கம் ஆடுகிறாய்,
மின்கம்பிகளில் மின்னலாகிறாய் - நீ என்ன

நவீனமந்திரவாதியோ..??

காட்சிப்பொறியோ, கணிப்பொறியோ,

உன் பொறி பட்டால் பொசுங்கித்தானே போகுது,

மாண்டுப் போன உடல்களும் –

உன்னால் தானே வேகுது,

நீ என்ன பயமுறுத்தும் சூரனோ... ??

உன்னைக் கட்டியணைப்பவரை எல்லாம் -

நீயும் அன்போடு அணைத்துக் கொல்கிறாயே,

நீ என்னகாளனின் உதவியாளனோ...??

உந்தன் குணத்தை நீயும் மாற்றிக்கொள்ள கூடாதா..??

பூந்தளிர்கள் இனி கருகிடாமல்

நீயும் தணிந்திடும் நாளும் வாராதா..???

-மு.கோவர்தினிவளவன்.

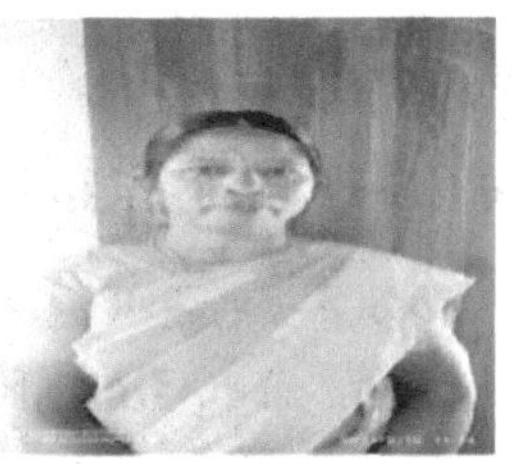

இயற்கை படையல்

இயற்கைநமக்குகிடைத்திட்டவரம்!

கேட்பதைதரும்கற்பக மரம்!

நிலம், நீர், ஆகாயம், காற்று; நெருப்பையும் பொறுப்புடன்

போற்று!

இயற்கை, தன்னை சமைத்து விருந்தாக்கும்; கிடைக்கும்

காற்றை சலித்து மருந்தாக்கும்!இயற்கையில் பல நிறங்கள்

உண்டு ரசிக்க!இனிக்கின்ற கனிகள் உண்டு இன்பமாய்

ருசிக்க!இலை உண்டு, மலர்கள் உண்டு இறைவனை

துதிக்க!இன்னும் பல மலர் உண்டு வண்டினங்கள்

குடிக்க!பழுத்த இலைகள் பட்டென உதிர்ந்து சருகாகும்;

பலகைக்குபொருந்தா கட்டைகள் கூட விறகாகும்!சிறு

மலர் முள்ளாக மாறினாலும்,

செருப்பினை கடந்து உள்ளங்காலில் ஏறினாலும்,

முள் மரம் கூட வேலிகள் அல்லவா?

மூலிகை கொடிக்கு ஏணிகள்அல்லவா?

மூங்கில் கொடுக்கும் புல்லாங்குழல்,

முரட்டுசெயல்களுக்கு மலைகள் அரண்!

அருவிகளும், ஆறுகளும், அதிசயமே,

மலைகளை மண்ணாய் அது செய்யுமே!

உன்னை நான் எழுத பத்துவிரல்கள் போதாது!எந்நாளும்

ஒன்பது கோள் ஒன்றையொன்றுமோதாது!எட்டு வைத்து

நான் நடக்க, எட்டுதிக்கு நீ கொடுத்தாய்!

ஏழு வண்ண வானவில்லால் என்னை மெல்ல

கவர்ந்திழுத்தாய்!

அறுசுவை தான் எங்கள் நாவிற்கு அரசவை!

பூதங்கள் ஐந்தும் எங்கள் வாழ்விற்கு

பெருங்கொடை!காலங்கள் நான்கு தந்தாய் உழவுக்கு!

பாலினம் மூன்று என்றாய் உறவுக்கு!

இரவென, பகலெனகொடுத்தாய் இரண்டை!

கைபட எழுதுகிறேன் உனக்கு ஒரு கவிதை....!

-ரஞ்சிதம் ரவிச்சந்திரன்

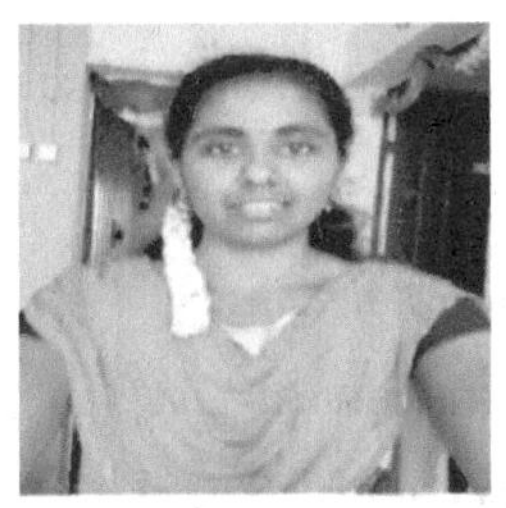

எப்படித்தானோ இயற்கையே!

நேரம் காலம் உருவாக்கினாய்;
பாலும் சோறும் உருவாக்கினாய்!
சுட்டெரிக்கும் சூரியனும், அதை -
சுற்றித் திரியும் கோள்களும் நீ தந்தாய்!
ஆண் பெண் நீ படைத்தாய்; போதவில்லையென,
பாலினம் பல நீ படைத்தாய்!
காட்டில் திரிந்த மனிதன் காற்றாலை உருவாக்க,
ஆறாம் அறிவை தவறாமல் தந்தாயோ!
நினைவிருக்க மூளையும், நினைவிழக்க மறதியும்
எப்படித்தான் நீ நினைத்தாயோ!
நகரும் தட்டுப்புவிப் பொறைக் கட்டமைப்பை,
கண்ணிமைக்காமல் வடிவமைத்தாயோ!
மாறும் வானிலையும் மழைக்குப் பின் -
வானவில்லும் மறக்காமல் வடித்தாயோ!
காதலில் கூடலும் கூடலில் கரு உருவாக்கமும் கருத்தாய்
தொடுத்தாயோ!

மாதவிடாய் குருதியும், மகப்பேற்றில் மக்கட்பேறும்,

அரைநூற்றாண்டின் அகவையில் மாதவிலக்கும்
எப்படித்தான் நீ படைத்தாயோ!
பல்லாயிரம் உயிரினங்களை பல்வேறு வடிவங்களில்
எப்படித்தான் உயிர்ப்பித்தாயோ!
அத்தனையும் ஒற்றை உயிரணுவில் உருவாக்க
எப்படித்தான் நினைத்தாயோ!

அண்ட சராசரமும் உருவாக்கினாய்; அன்பின் உணர்வால்

அத்தனையும் ஒன்றினைத்தாய்!
செயற்கை உலகம் படைக்கும் மனிதனையே உருவாக்கிய

இயற்கையே..!

உன்னை பற்றி என்னையும் எழுத வைத்தாய்;

வியக்க வைத்தாய்!

-வான்மதி நிலா

அழகு

அழகு அழகு அழகு!
நான் பார்த்ததெல்லாம் அழகு!
அழகு அழகு அழகு!
நான் பார்ப்பதெல்லாம் அழகு!
இளங்காலை செங்கதிரவன் உதிக்கும் முன்னே சேவல்
கூவி எழுப்பும்குரல்அழகு!
அம்மா என்று கூப்பிட்டு பால் குடிக்கும்
பசுவின் கன்று அழகு!
நாட்டின் முதுகெலும்பாய் விளங்கும் விவசாயிகளும்,
உறுதுணையாய்உழும் காளைகளும், விளைந்தபயிர்
நிலங்களும் அழகு!
மழைகாலங்களில் மலையிலிருந்து உருண்டோடிவரும்
மழையருவி பெருத்தோடி ஆறாய் மாறுவதும்
அழகு!வெய்யில் மழைச்சாரலில் தோன்றும்
வானவில்தோன்றி கலைவதும்அழகு!
வஞ்சம் அறியா பிஞ்சு மழலை
மொழிபேசும்புரியாமொழி அழகு!

முச்சங்கம் வளர்த்த இலக்கணம் , இலக்கியம் பலகாவியம்

படைத்த எங்கள் உயிரினும் மேலானதமிழ் மொழி அழகு!

வள்ளுவன்படைத்த உலகப் பொதுமறையாம்திருக்குறள்

அழகு!

தமிழ் பண்பாட்டையும் கலாச்சாரத்தையும்

நல்லொழுக்கத்தையும் கற்றுதந்த எங்கள் -

மூத்தகுடி அழகு!

மின் விளக்கு இல்லா காலத்தில் ஒளி வீசிட்ட

அகல் விளக்கின் தீபம் அழகு!

இரவில் தோன்றி பகலில் மறைந்து

ஆகாயத்தில்மாயாஜாலம் செய்திடும் விண்மீனும் நிலவும்

அழகு!நாங்கள் வாழும் ஊர் அழகு, நாடழகு , சுழலும் இந்த

புவியழகு; இதனைஉள்ளடக்கிய

இந்த பிரபஞ்சமும் பேரழகு!

-வீ. புட்பராசன்

உந்தன் ரசிகை

பல்லுருக் கொண்டு பல்லுயிர் ஓம்பி
இரட்சிக்கும் இயற்கையே!
உந்தன் அதிதீவிர ரசிகை நான்..!
உன்னில் மூழ்குகையில் -
பிரௌனியின் இயக்கமாகிறது,
என் செய்கைகள்..!

உன்னிடத்தில் தொலைகிறேன்!

இலைதழை மேலே
இனம்புரியா மோகம்,
வழியினில் காணுகையில்
வருடிடத் தோணுதே...

உதித்திடும் சூரியக்கதிர்களை
உள்ளங்கையில் ஏந்தியே
உல்லாசப் பறவையாய்,
உலகினை வலம்வர
உள்ளமது தான் ஏங்கிடுதே..,

மதுமயக்க மாதுவாய் நானிங்கானேனே...

உன்னிடத்தில் என்இதயமதை தொலைத்தேனே...இயற்கையே!

முழுமையாய் உன்னில் நான் தொலைந்தேனே..!

நிலம்_நான்_நிலவு {தென்றல்}

மௌன மொழிகளில் தென்றலைத்

தூதுவனாக்கிகட்டிடங்களால் சூழ்ந்த நிலமிடமும்,

கும்மிருட்டில் மேகக் கூட்டங்களிலிருந்துவிலகி,

ஒளிந்து ஒளிரும் நிலவிடமும்,

நான் எனும் நான் உரிமையாய் உரையாடிடுவேன்...

முடிவிலியாய் நிகழும் உரையாடலில்
நிலைத்திருக்கும் பசுமையையும்
வெண்மையையும்மென்மையையும் நான் எனும்
பெண்மைக்குணர்த்திவெறுமையை அகற்றிச் செல்லும்
நிலம்_நிலவு...

தனிமையில் தவித்திடுகையில் தோழர் தென்றல்நிலம்_நிலவின்
தூதுவராய் வந்து – அரவணைத்து
என் துக்கம் தூக்கிச் சென்றிடுவார்...
தினம் புத்துணர்வு பெறுகிறேன்
உங்கள் உறவினாலே...
உள்ள உறவின் தொடர்கதை தான் –

- நிலம்_நான்_நிலவு {தென்றல்}

-Baby Jamunasri

மரம் இயற்கையின் வரம்

மரம் இயற்கையின் கொடை,

அது இருந்தாலே உனக்கு தேவைப்படும் குடை!

மரம் வளர்ப்போம் மழை பெறுவோம்;

என்ற காலம்போய்-

மரம் வளர்ப்போம் உயிர் வாழ்வோம் என்று காலத்தையே மாற்றிவிட்டோம்!

மரம் வளர இயற்கையும் வழிவகுக்கிறது,

மழையின் மூலம்மரக்கிளையில் இருக்கும

மழைத்துளிக்குகூட ஒரு சிறு பெருமை - நான் மரத்தில் உள்ளேன் என்று ;

மனிதா நீயும் ஓர் நாள் பெருமை கொள்வாய் நானும் மரம் வளர்த்தேன் என்பதில்!

அந்த மரம் தரும் வரம் மழை,

இதன் தொடர்ச்சியில் மழையும் எனது கவிதையும்......

நீலவானம் கருமை ஆனதே -

என்கண்களும் ரசிக்க துவங்கியது,

துளி துளியாய் கொட்டும் மழையை ரசித்தே நான்!

கவிபடைக்க ஆரம்பித்த போது
பொறாமை கொண்டு இடியும் சத்தம் போடுதே;
உன் அழகிலே யாவும் அழகாய் தென்ப்பட்டது!
உன் வருகையே விவசாயின் பண்டிகை,
உன்னை வர்ணித்தே கவி படைத்து –
என் பேனா மையும் கரைந்துவிட்டதே!

என்னில் எதோ உன்னால் மகிழ்ச்சி பிறந்தது,
மக்கள் ஓடி ஓதுங்கி கொண்டு இருக்கும் வேளையிலே;
என் மனம் மயிலாய் மாறுதே ஆடிட!
இருண்ட போன தெருவில் சட்டென்று –
வெளிச்சம் தந்து போனது மின்னல்,
மழையை ரசித்த படியே –
உறங்க சென்றது ஊர் சனம்...!

-Breshmamurugan

விதை

மண்ணிலிருந்து தோன்றி,

வானை எட்டிப் பிடிக்க–

கனவு காணும் விதையே...

உன் முயற்சிசிலகாலங்களில்முடிவடையாது,

ஒவ்வொரு கணமும்தொடர்கிறது..,

பல காலங்கள்முட்டி

மோதிமண்ணிலிருந்துவெளிவந்தாய்..,

நினது வரவால்மழையும் வரவேற்கவந்தது..,

மழையால் நீஉற்சாகம் கொண்டாய்,அதனால்நீ

மென்மேலும் வளரநித்தனித்தாய்..,

உன்னோடு

சிலஉயிர்களும்வளரஆயத்தித்தது,எல்லோரையும்

ஏற்றுஎல்லாவற்றையும்ஆதரித்த ,

நின் மடிகளில் -இளைப்பாறியபடியே,எழுதுகிறான்

கவிஞன் உனையேமீண்டும்!!!

-Devamadhi

ஐம்பூதங்கள்

அன்னையின் வழி அடுகளம் புகுந்து,

அண்டத்தின் வழிஅசிகளை சுமந்து,ஆகாயகங்கையாக

பொழிந்து,

ஆகாயஒலியாக நிறைந்து,

இடியின்கதறலில் இன்னிசைத்து,

இலையுதிரில் இன்பமடைந்து,

ஐம்பூத அக்குரோணிகளை கொண்டு,

ஐங்குணங்களில் அசிரத்தின் வழி நின்று,

துள்ளிவரும் காற்றாக மொழிகளைகடந்து,தூரல்களாக

மழைத்துளிகளை ரசித்து,

பருவதங்களாக படர்திருந்து,

பட்சிகளாக அதன் வழி கடந்து,

மலையின் மௌனத்தில் கண்ணிசைத்து,

மேகங்களின் சண்டையில்

தலைசாய்த்து,வானவில்லின் வளைவுகளை ரசித்து,

வெற்றிடத்தில் வெகுவாக நுழைந்து,

பூக்களாக நறுமணம் படர்ந்து,

பூகம்பமாக நடுங்கல் விரித்து,

மின்னல்களாக வியப்படைந்து,

அருவியின் அழகில் அலைபாய்ந்து,

ஆழ்கடலின் அமைதியில் ஆர்பரித்து,

கோடையில்கூடியிருந்து,

காரில்காத்திருந்து,

மன்னனாக ஆட்சியிலிருந்து,

மண்வாசனையில் மகிழ்ந்திருந்து,வெள்ளைகம்பளமும்

விரிக்கபட்டது,

வெண்பாக்காளும் படைக்கப்பட்டது!!!

-DHANUSHYA.G

இயற்கை

கரை புரண்டு ஓடிய நதிகள்,

எதையும் தாங்கும் தூண்களாக மரங்கள்,

கண்டங்கள் பல தாண்டிய மலைகள்,

நேரம் தவறாது பெய்த மழைகள்,

தூய எண்ணம் போல் வானம்தீண்ட தகுந்த நெருப்பு,

கண் திறந்துபார்த்தால் காணாமல் போயின!

எங்கே இவை அனைத்தும்? என்ற கேள்வியுடன்

வருங்கால தலைமுறை!

ஆம் ஐம்பூதங்களின் ஆடையின்றி நிர்வாணமாக

நின்றது இயற்கை!

உடுத்திய ஆடைப் போதாது என்று –

படைத்தவளின் ஆடையை,

சிதறிய கண்ணாடிப் போல் –

தூக்கி எறிந்த மனிதன்மூடனே!

சிதறிய கண்ணாடி அனைத்தும்,

மனிதனின் தொண்டையில் பாயும்நேரம்
வெகுத் தொலைவில் இல்லை!
தலைமுறைகள் பல மாறினாலும்
தவறை உணராத –
தலையில் மூளையில்லா மனிதன்!
இயற்கையால் படைக்கப்பட்டவன் –
இயற்கையை பதம் பார்க்கிறான்!
கைகளில் கல் ஒன்றை ஏந்தி உள்ளான்,
அதனை சிலையாக்கி வழிபடுவதும் –
தூர எறிவதும் அவன் கைகளில்!
காத்திருப்போம் இந்த அவலம் தீர!

- DHARSHAN.R

புலராத பொழுதுகள்!!

கருங்குயில்கள் கூவியழைத்து,
கார் முகில்கள்விலகி
சிவந்த விடியலின் வசந்தம் !!
பறவைகள் கீச்சிட்டுபரபரப்பாகி
பின்மெல்ல மெல்ல
அவதானித்த வசந்தம் !!
வைகாசி நிலவும்,
மாங்கனி கதிரும் -
எதிரெதிரே போட்டியிடும் வேளை!
வசந்த வரவேற்பில்
மனித தோழமைகள் எங்கே ??
எதிர்பார்த்த விருந்தாளியை,
வானும் மண்ணும் உபசரிக்க ஆராதிக்க
வேண்டியவர்கள் எங்கே ??
கதவுகள் திறக்கப்படவில்லை,
பூக்கோலமிட எவருமில்லை...
வெறிச்சோடிய தெருக்களை,

வெறித்துப் பார்த்த தெருநாய்களுக்கும்

ஊளையிட ஊரடங்கா ??

புலர்ந்த பொழுதுகளையும்

புலராத வாழ்க்கையையும்

அப்படியே விழுங்கிக் கொண்டிருக்கிறது

அதிகாலை கதிர்கள்!!

உணர்ந்திடாத உள்ளூர் தென்றல்

சுவாசத்தில் உள்ளூர்ந்ததில்

மூர்ச்சித்து போனேன் ...

இது பூமி தானா ?

என்றேநானும் கவிதையும் !!

விடிந்தும் விடியாததைப் போல் !!

வசந்தம் வந்தும் வராததைப் போல்!!

-G. THILAGAVATHI

இயற்கை காதலன்

இயற்கையே...!

மழையாக நீ வருகையில், மயிலாக உன்னை காதலிப்பேன்;

காற்றாக நீ வருகையில், அதனை உணரும் உணர்ச்சியாக

உன்னை காதலிப்பேன்;

வெயிலாக நீ வருகையில், தாமரையாக உன்னை காதலிப்பேன்;

நிலமாக நீ இருக்கும்போது,

ஈர்ப்புவிசையாக மாறி - அனைத்தையும் உன்னிடம்

சமர்ப்பிப்பேன்;

ஆகாயமாக நீ இருக்கையில் -

உந்தன் நீளத்தை விட அதிகமாக உன்னை காதலிப்பேன்...!

இயற்கை அழகு

இயற்கை, தன் தாவரங்கள் வாயிலாக அனைவருக்கும்

வயிற்றுக்கு உணவூட்டும், ஆனால்

நான் இயற்கை அழகை கண்டதால்,

என் கண்களுக்கு அவை உணவூட்டின...!

இயற்கையின் உணர்வுகள்

மற்றவர்கள் அழும்போது,

அவருடன் உள்ள அனைவரும் - சற்றே துக்கமடைந்து

அவருக்கு ஆறுதல் கூறுவர்,

ஆனால், நீ அழுகையில் மட்டும்

அனைவருக்கும் மகிழ்ச்சி தான்!

நீ உன்னை வருத்தி,

உன் மகிழ்ச்சியை தியாகம் செய்து,

எங்கள் தாகம் தீர்க்கிறாய்;

வானமே, உன் கண்களை துடைக்க நான் உள்ளேன்...!

இயற்கை சீரழிவு

இயற்கையே,

நீ எங்களைப் படைக்கவும் செய்கிறாய்;

அழிக்கவும் செய்கிறாய்.

ஆனால், நாங்கள் –

உன்னை அழிக்க மட்டுமே செய்கிறோம்...!

-Guru Prasath.V

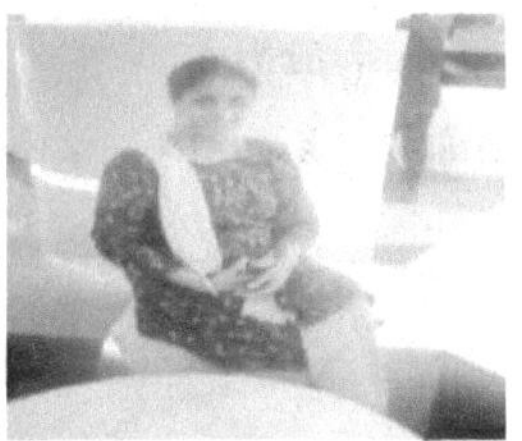

உயிர்க் காற்று

புவியெங்கும் பிராணத்தைக் கொடுக்க

மூன்று டிரில்லியன் மரங்கள் இருக்க,

அவற்றை வெட்டி விற்றிட

எட்டு பில்லியன் மனிதர்களும்,

இப்புவியில் வசிக்கிறார்களே!

அவர்களிடம்உயிர் நீத்தவை மரங்களல்ல, நமக்கான

மூச்சுக்காற்று என யார் சொல்வது?!

இயற்கையாய் ஒரு கவி

கன்னம் வருடிய தென்றலோ,

கண்களை நிறைத்த பசுமையோ,

உள்ளத்தை உறைத்த குளுமையோ,

உன்னைப் பற்றி கவியெழுதப் பணித்தது!.

ஊரடங்கும் பூங்காவும்

வயதான இலைஇளங்காற்றின் வேகத்தால்மரணமடைந்து
மண்ணில் வீழ்கையில்

மடிதாங்கி நின்றது யாருமற்ற
அந்தப் பூங்காவின் இருக்கை!.

மனிதநேயமெனும் மழை

சலனமற்ற மேகங்களின் நடுவே
மழை பொழியக் காத்திருக்கும்
கார்மேகமாய் மனிதம்
மறந்தவர்களிடையேமனிதநேயத்தோடு சிலர்...

சூரியனும் நானும்

அதிகாலைபகலவனே!
நீஎன்னைநேர்பார்வையாய் பார்ப்பதேனோ?
உன் கதிர்களால் மலர்வது
செந்தாமரை மட்டுமல்ல நானுந்தான்...

-Haridharani Somasundaram

இயற்கையே நீ

இயற்கை என்னும் கவிதையே;
இயங்குகின்ற பதுமையே;
மலைத்து உன்னை பார்ப்பதினால்-
நீ மலையென்று ஆனாயோ!
இசைத்து நீ வருவதினால்
இடி என்று ஆனாயோ!
இமைக்காமல் பார்ப்பதினால்
நீ இமயமானாயோ!
மின்னிக்கொண்டு வருவதினால்
நீ மின்னலானாயோ!

பூக்கள் தந்து என்னை சிரிக்கவைத்தாய்;
தென்றல் வீசி என் பாரம் குறைத்தாய்;
வானவில் காட்டி மகிழவைத்தாய்;
ரசனை ஊட்டி மனம் நெகிழவைத்தாய்;
இவையாவும் தந்த உனக்கு
இக்கவிதை ஒரு சிறு பரிசே!

பூக்களே நீ எவ்வாறு பூக்கின்றாய்?

வேர்களே நீ எவ்வாறு வளர்கின்றாய்?

மழையே நீ எங்கே தொடங்குகின்றாய்?

கடலே நீ எங்கே முடிகின்றாய்?

இதற்கு பதிலை நான்

இந்த ஜென்மத்தில் அடைந்திடுவேனோ!

உங்கள் தொடக்கத்தையும், முடிவையும்நான் என் உயிர்

அடங்குவதற்குள் பார்த்திடுவேனோ!

கம்பீர ஒளியுடைய சூரியனே,

குளிர்ந்த அழகுடைய சந்திரனே,

என்னென்று சொல்வேன்உங்களின் பெருந்தன்மையை!

நான் என்னென்று சொல்வேன்!!

சுற்றும் பூமியே –

உனது சுழற்சியிலேயே வாழ்க்கை சுழல்கிறதே,

இது என்ன விந்தை!

நீ ஒரு வினாடி நின்றால்,

இயற்கைக் கவிதை உன்னுடனே நின்றிடுமே! அதுவரை

என்மனம்உனை பாதுகாப்பதில் சென்றிடுமே!!

-Janani G

உன் மனதில் இடம் தருவாயா..?

இயற்கையாய் நானும் உன்னை இரசிக்க,

ஓர் பெண்ணாய் என்னை ஆளவந்தவளே!

உன்னை கண்டால் மனமோ துடிக்கிதடி தன்னால்,என்

காதோ கயல் என்று உந்தன் பெயரை கேட்டால்!என்

கண்களோ அலரியடித்து தேடுகிறது

உன்னை,பின்நெருப்பென்றால் சுடும்

தானேபெண்ணே! உன்னை கண்டால் மனம் துடித்து

பதற்றம், வருகிறது அது ஏனோ..?

பின்காற்றென்றால் ஜில்லென்று வீசுமோ..!

உந்தன் குரலை கேட்டால் –

நான் மயங்க செய்வேனோ..!

ஆகாயமென்றால் பறவைகள் பறக்குமேபெண்ணே,

என் தொலைபேசியில் உன் முகத்தை கண்டால்

வானத்தில் பறக்கும் காற்றாடி போல்

ஆவேனே..!நீரென்றால் தாகத்தை

தீர்க்குமேபெண்ணே,

நான் கோபத்தில் இருக்கும் போது –

தொலைபேசியில் **உன்** அழைப்பை கண்டால்,

நீரில் உப்பை கரைவது போல
என் கோவம் கரைந்துவிடுமே..!
நிலமென்றால் தங்க இடம் கிடைக்குமேபெண்ணே
என் மனம் முழுவதும் நீயடிஆகையால்உன் மனதில்
எனக்கென்று ஒரு இடம் தருவாயா..?

-K Kameshwaran

ஓர் காரிகையின் கானக காதல்

என் நந்தவனத்தின் நடன மங்கையே.....!

பூவனத்தில் பூத்த புது மலரே...!

வானம்பாடி பறவையின் இராகம் கேட்கிறதா?

இராத்திரியில்....

என் விழி பார்க்க எனைத் தொட்டுப் பறந்து

செல்கிறாய் தூர தேசத்திற்கு.....

மீண்டும் எனை வந்து நீ சேர, வண்ண மலர்களால்

அலங்கரிக்கிறேன் என்

பிருந்தாவனத்தை...கருமேகங்கள் சூழ்ந்து நீல

வானத்தையே மறைத்ததே..!

கடலலைகளில் தேடுகிறேன்,

இருளிலும் உன் பிரதிபலிப்பை...

மேகங்களின் உரசலில், இதயம் படபடக்க;

வானில் இடிஇடிக்க;வாயு தேவனின் வரத்தால்,

காற்றோடு மெல்லப் பிணைந்து என்னை அள்ளி

அனைத்து நீ தந்த என் காதல் பரிசு " மழைத்துளி"!நீ

மண்ணை நனைக்கும் முன் என்னை நனைத்தாய்...

நில மகளே வியந்தாள் உன் உன்னத காதல்
மழையில்...
நீ பிரசவித்த பிள்ளைகளை நில மங்கைத்
தாங்கினாள்...
உன் துளிர்களில் தளிர்விட்ட அரும்புகள்
ஆதவனையும் விருந்தினராய் அழைக்கிறது பார்....
தொலைவில் சென்ற என் கானக காதலே....
இருளிலும் நிலவொளியில் என்னோடு நீ......
என் காதல் கடலலையில் சேரும் முன்,
கரை சேர்க்க வேண்டும்....புது விடியலோடு,
என்னோடு வந்துவிடடி "என் செல்லக் காதலி"..!

-KanimozhiPushparaj

இளமையின் ரகசியம்

இளஞ்சிவப்பு வண்ணத்தில் பிறந்து,இருக்கோடி இடிகளை தாங்கி,இளவூதா வண்ணத்தில் வளர்ந்தாயடி;அன்னமாய் தண்ணீர்ப் பருகிஉயிர்பெற்று,ஆயிரம் ஆண்டுகளாக வலிதாங்கி,அணுவுயிரைஅன்பாய் பெற்றாயடி;கோடி பிள்ளைகளை பெற்றெடுத்தும் -கோதையின் இளமையின்இரகசியமென்னவோ?!என் அழகு பூமியே கூறடி!

பளிங்கற்களின் குழந்தையாகி, பல நட்சத்திரங்களையும் முத்துகளையும்வளர்க்கின்ற கங்கை காரணமா?!

கூறடிஉன் இளமையின்இரகசியத்தை கூறடி!

தன் உடல் வலியை மறைத்து,

தன் தோழிநீரை காத்து,

தன் சகோதரியின் கோபத்தையும்இரசிக்கும்- பொறுமை மங்கை காரணமா?!

கூறடிஉன் இளமையின் இரகசியத்தை!

ஆயிரம் வாயுக்களுடன் போராடி, ஆயிரங்கோடி

பிள்ளைகளைவளர்த்துவந்து

அந்த நீலதண்ணிரை முத்தமிட்டு,

அத்தாகம்குறையாமல் வானம்பாடியாகி

ஆதியின் உடலிலும் விளையாடி,

அத்தென்றலுடன் பிறந்தவள் காரணமா ?!

கூறடிஉன் இளமையின் இரகசியத்தை!

இந்திரனின் தாய் தந்தையாகி,

இலட்சமேகங்களைபிரசவித்து

இன்றும் சிரிக்கும் ஆகாயம் காரணமா?!

கூறடிஎன் அழகு தேவதையே

உன் இளமையின் இரகசியத்தை!

-KARTHICK.K

விந்தையே என் இயற்கையே

காற்றின் ஓசையில் மெட்டெடுத்த..,
குயில் பாஷையில் கவியொன்றை ஏறெடுத்தேன்!சிந்தை
மாற்றும் நறுமணமே - பூக்களுடன் நீயும் அசைந்திடவே,
கற்பனையும் கலைகிறதே -நீஅள்ளித் தந்திடும்
மயக்கத்திலே!ஆர்ப்பரிக்கும்
கடலலைகளும்,மனஅமைதியை என்றும்
நல்கிடுமே!விந்தையே என்இயற்கையே;உன்னை -மிஞ்சும்
அழகும் இல்லையே!

நதிகள் பாய்ந்தோடவே, நினைவுகள் கரைமோதிடுதே!

ரீங்காரம் இசைக்கும் தேனியும் என்னுள் -பாடலிசைக்க
தூண்டிடுதே!கிளைகளின் தென்றலசைவே, புவியில் நடனத்
துவக்கமோ!இலைகள் தொட்டுத் தழுவ, காதலை நானும்
உணர்ந்தேனே!அமிழ்தினும் இனிய கனிகளுக்கு ஒப்புமோ -
என் கவி அமுதமே!விந்தையே என் இயற்கையே;உன்னை -
மிஞ்சும் அழகும் இல்லையே!

இலை மலர் சூழ் பாதையில் நடக்க - மனச்சோர்வு சருகாய் சரிகிறதே!பசுமை கொஞ்சும் வயல்களிலே, என் இளமை ஊஞ்சலாடிடுதே!தென்றலாய் வீசும் பூங்காற்றில் - என்மனமும் மெல்ல அசைகிறதே!விந்தையே நீ என் இயற்கையே; உன்னை -

மிஞ்சும் அழகும் இல்லையே!

உன்னழகை வர்ணிக்கவே ,எம்மைக்கவிஞனாக்கினாயே இயற்கையே!!

-Kavya V Kumar

ஐம்பூதம்

ஐம்பூதம்...

இவ்வுலகம் ஆனதுநீர் நிலம் ஆகாயம்நெருப்பு

காற்றால் ஆனது..,

பஞ்சபூதங்கள் யாவும்பாடி திரியுது நாட்டில்,

இசை பாடும் குயில்கள்ஆடி பறக்குது காற்றில்!

வெள்ளை நிற மேகங்கள்,

கறிய நிறமாகி தருகிறது மழை!

பூக்கள் காற்றில் சிரித்து,மகிழ்ச்சிக்கு உள்ளாக்கிறது

நம்மை!

குழந்தைகள் குதித்து விளையாடுகிறது

நிலத்தில்,பறவைகள் மகிழ்ச்சியோடு

பறக்கிறதுவானத்தில்!

உழவன் உழவுகிறான் நிலத்தில்,காற்றால் நீரால்

தழைக்கிறது பயிர்!

மழை தருகிறது ஆகாயம்,உழைப்போர்க்கு சுவையான

உணவை சமைக்க உதவுகிறது தீ!

கவிதை பாடுகிறது தென்றல்,விறகை எரிக்கிறது

நெருப்பு,உணவை தருகிறது தீ!

நம்முள் ஐம்பூதமுள்ளது,நமக்கு

வெளியிலும்ஐம்பூதமுள்ளது;உலகம் தழைக்க,ஐம்பூதம்

செழிக்க வேண்டும்;உலகம் வாழஐம்பூதம் இருக்க

வேண்டும்!!.

-கவிதைகளின் காதலன் யு.லோகேஷ்

யாவும் நீயென..!

வெறுமை துரத்திய தூரத்தில்விரண்டோடிய நாட்களில்மனிதம் கூறா மகத்தான பாடங்களைமனம் கற்றதே...

ஒடும் நதி சொன்னது..,

வாழ்வின் ஓட்டத்தை !தேங்கி நின்றால் வீணாவாய்.,

மனச்சிறை உன்னை சிறை செய்யும்.,

பாதம் படும் தூரமெல்லாம் பாதையாகும்பயணம் செய் என்றது..!

அசையா மரம் , அசைந்து போக சொன்னதுஉயர்ந்தால்

கனியாவேன்;தாழ்ந்தால் பழமாவேன்;சுழன்றால்

காற்றாவேன்;வீழ்ந்தால்

விதையாவேன்; நீ எதற்கு

ஆவாய் என்றது..,

பரந்த காற்றிலும், வேர்த்து போனேன்..!!

கிளை முறிந்து போயினும்,

பறந்த பறவையிடம்தன்னம்பிக்கையின்

வடிவம் பார்த்தோர் யார் ?

பறவையின் எச்சம் தான்விருட்சத்தை உண்டாக்கியது.

மலை முகடு சொல்லும்வாழ்வின் ஏற்ற இறக்கங்களை.!

ஓய்ந்த மழையில் ,

உதிர்ந்த இலையின் துளி சொல்லும்வாழ்வின் மிச்சத்தை.!

புயலை கடந்து நிற்கும், மரத்தின் வேர் சொல்லும்வலியின்

ஆழத்தையும்.,!

நிலையின் போராட்டத்தையும்.,!

கல்வெட்டான புன்னகை.,!

எழில் வண்ணம்.,!

விலையில்லா சுவாசம்.,!

திகட்டா இனிப்பு.,!

அமைதியின் சத்தம்.,!

நேசிக்கும் இருள்.,!

ஒற்றுமையின் உணர்வு.,!

அழகின் தொடர்புள்ளி..!இறைவனின் கனவு..!

இயற்கையே இறை என்பேனோ..!

- மு. தீபிகா ஜோதி

இயற்கை

அதிகாலை வேளை,

ஆதவன் செக்கச்செவலென எட்டிப் பார்க்க,

இளம்தென்றலும்,குளிரும்ஈடில்லா இன்பம் கொடுக்க,

உற்சாகத்தில் பறவைகள் கீச்சிட,

ஊஞ்சலாடும் மனமோ!!..

எல்லையற்ற வானத்தை,

கையில் காபி குவளையோடுஏறெடுத்துப் பார்க்க,

ஐம்புலன்களும் புத்துணருமாறு தென்றல் காதோர

சிகையை களைக்க,

ஒரு மெல்லிய இசை,

பறவையின் கீச்சுப் பாடலோடு, ஓங்கி

ஒலிக்கிறது செவிகளில்...

ஒளவியம் கொண்ட விடியல்ஆயுதமாய்(ஃ) மாறி எழுப்ப,..

கண்டது யாவும் கனவென்று உணர,..

கதிரவன் சன்னல் வழி கதிர்களை அனுப்ப,

முகிலற்ற வானத்தில் பறவைகளை கண்கள் தேட,

சிட்டுக்குருவி ஒன்று சுவரின் மீதமர்ந்து,

கூடுள்ள மரம் வெட்டுண்டு விழ குருவியின் பார்வையோ

கண்ணீரோடு - "எங்களை

அழித்து உன் அடுத்த தலைமுறைக்கு என்ன

சேர்த்துள்ளாய்?..

பூமித் தாயையும் மொத்தமும் சுரண்டினாயே!!"என்றது,..

இதை எழுதும் போது ஏனோஎன் பேனாவும் வெப்பம்

தருகிறது...

இயற்கையை அழித்த மனிதன் மீது கொண்ட கோபத்தால்

தான் என்னவோ!!..

-M.Priya

இயற்கையே அனைத்தும்.

ஆகாயத்தின் இளமை,தென்றலின் புலமை, நீரதன் வளமை,

நெருப்பின் கொடுமை, நிலத்தின் செழுமை.அனைத்தும்

சங்கமிக்கும் அழகே இயற்கை!

இயற்கையின் இயல்பு இன்பத்தின் உச்சம்,

இயற்கையின் இரக்கத்தால் தான் நாமிங்கே

மிச்சம்.இயற்கையிடம் சீற்றமும் சீரென்பதும் மிக அருகினில்,

கடைபிடிப்பதும்,கடைசிநிமிடமாவதும் மனிதஇன பொறுப்பே!

நற்பயன் அனுபவிக்க துடிக்கும் நாம், தீமையின்பொழுது, தீர்வு

எட்டாது தீர்த்து காட்டுகிறோம்!

சுவடுகள் சொல்கிறது, நிகழ்காலத்தினில்..

இறந்த காலத்தில் வாழ்ந்தோரை பற்றி..!

ஏடுகள் கூட இராது போல, எதிர்வரும்

காலத்தினில்..,நிகழ்காலத்தினில் நாம் வாழ்க்கையை பற்றி...!

இயற்கை கருணை காட்டாவிடில் கருப்பொருள் இதுவே!!

கலர் கலர் காகிதங்கள்(பிளாஸ்டிக்), கண்திரும்பும்

திசையெங்கும்.. மக்காதவையாக..!

அரசே முன்வந்து ஆணையிட்டாலும், அடங்க மறுப்பவர்கள்

தானே நாம், அனாதையாக்கிவிட்டோம் - இயற்கைக்கு

ஆதரவானசட்டங்களை...!

மரம் வெட்டு**கை**யில் மடையனாய் இருந்த நாம்,

மதி மலர்ந்து மரம் நட துடிக்கத்தான் போகிறோம்.!

வேலியிட்டு, பயிரிட்டு,செயற்கை உரமுமிட்டுவிளைச்சலா??

ஓ மானிடனே !இன்றே லாபம் வேண்டுமல்லவா..?

மண்புழு மாண்டு போகும், மண் தரமிங்கே வீழ்ந்து போகும்,

இயற்கை உரத்தை இடு, மாறாது மண்ணின் வடு.

மழையும் இங்கே மாயையாய், நடப்பவையும் ஏனோ தீமையாய்.

மரத்தை காக்க தவறிய நாம், அணைகளை கட்டவும் தவறினோம்.

பலரின் விருப்பங்களும் இங்கே திருப்பங்களாக , எதிர்நோக்கிய

கனங்களும்எதிர்பாரா ரணங்களாக!

தொன்று தொட்டு கட்டியணைத்து வளர்ந்தவனும்,

இன்றோ தொற்றுக்காக கடைபிடித்தே

வாழ்கிறான்இடைவெளியை!

பிணிகள் பல கொடுப்பினும்,

பிடிகொடுக்க மறுக்காததேனோ இவ்வியற்கை...பிறகெதற்கு

இயற்கையுடன் விவாதம்,

பேணிக்காப்பின் அனைத்துமே பிரமாதம்.!

கவலை கொள்ளாதே, அழிவின் விளிம்பில் தான்

நாம்.இயற்கையின் தீர்ப்பும் மிக அருகில், வாழ வக்கற்ற நமக்கு.

-Madhavantamilselvan

வன தேவதைக்கு ஒரு கவிதை

அடுக்குமாடி வீடு கேட்கவில்லை பச்சை தேவதையே!

ஆடம்பரம் இல்லாதஉனது - பச்சைமாளிகை வேண்டும்

என்று கேட்கிறேன்;

அங்கு என்னோடு வாழ உறவுகள் வேண்டும் என்று

கேட்கவில்லை பச்சை தேவதையே..,

நெஞ்சில் வஞ்சம் இல்லாத ஐந்தறிவு உயிரினம் இருந்தால்

போதும் என்று கேட்கிறேன்;

துரித உணவு வேண்டும் என்று கேட்கவில்லை பச்சை

தேவதையே..,

அமிலம் கலக்காதஉனது சுவையூட்டும் அமுதம்

போன்றபழங்கள் போதும் என்று கேட்கிறேன்;

ஆடம்பர உடைகள் வேண்டும் என்று கேட்க வில்லைபச்சை

தேவதையே..,

உனது கைதறியால் நெய்யப்பட்ட பச்சை பட்டு போர்வை

வேண்டும் என்று தான் கேட்கிறேன்;

சினிமா வேண்டும் படம் பாடல் வேண்டும் என்று கேட்க

வில்லை பச்சை தேவதையே..,

ஓடும் ஓடையின் காட்சியும்,

கொட்டும் அருவியின் ஓசையும்,

காய்ந்த இலைகளின் சலசலப்பும்,

எதிர்பாராது வரும் மழையின் வருகையும், பயத்தோடும்

பேரின்பத்தோடும் வாழும் உயிரினம்,

இன்னிசை பாடல்கள் பாடும் பறவைகளின் திறமையும்,

அற்புத நடனம்ஆடும் மயில்களின் நடனமும் போதும்

என்பேனே!!

இவை அனைத்தும் என் ஆசை என்பதா,

இல்லை பேராசை என்பதா?!

சொல்ல வந்ததை சொல்லி விடுகிறேன்..,

உன் இல்லச் சொர்க்கதில் வாழ வரலாமா?!!

-Vinayaga Monika

இயற்கையின் நீதி

இயற்கை என்னும் பெயரால்

உலகை ஆளும் பஞ்ச பூதங்களே!

நிலமாய் உருவெடுத்து இவ்வுலகை

வலம்வரும் வையகமே!

மக்கள் மாக்களின் வாழ்விடமே,

அமிழ்துணவாய் மழையை பொழியும் வானகமே!உழவனின்

உயிர்காக்கும் வானவனே,

நிலவாய் உருவெடுத்து

உலகெங்கிலும்உலா வருகிறாயே!

உன் சித்திர சிரிப்பால்

நொடிக்கும் இமைப்பொழுதில் இதயம்

துடிக்க,ஆக்சிஜனைத் தரும் உயிர் நாடியே!

பொன்னொளிக் காற்றையை வீசும் கதிரவனே,மண்ணில்

உன் ஜொலிக்கும் தன்மையால்இரவு பகல் வேற்றுமை

காட்டியவனே!

காய் கனி தந்து பசியை போக்கினாய்,

மரம் செடி தந்து மருந்தை உருவாக்கினாய்,

எல்லை பாதுகாவலனாய் –

நிமிர்ந்து நிற்க்கும் மலை சிகரமே!

உன் இயற்கை அழகைக்கண்டு உலகமே வியக்கும்,உன்

சீற்றத்தைக் கண்டும் ஒருநாள் உலகமே பயக்கும்!நீரே நீ

சுனாமியாய் வந்தாய்;

மக்கள் உயிரை சுழற்றிச்சென்றாய்!

நிலமே நீ மண்மேல் வாழ்விடம் தந்தாய்;

மலை சரிவாய் மக்களை வீழ்த்திச்சென்றாய்!

காற்றே நீ புயலாய் வந்தாய்;

மக்கள் உயிரை புரட்டி பூலோகம்

கொண்டுசென்றாய்!நெருப்பே நீ அமேசானில்

காட்டுத்தீயாய் வந்தாய்;மாக்களின் உறைவிடத்தை

மறைவிடமாக்கினாய்!இதுதானா இயற்கையே உன் உலக

நீதி?!

உன்னால் இரட்சிக்கப்பட்ட உயிர்கள் மாய்வது உன் சதி.

-Pragadeeshwararaja M

நீ ஓர் அதிசயமே

நதியின் பாதை !
தென்றலின் இசை !
கடலின் சீற்றம் !
அலையின் சுவரங்கள் !
மலரின் நறுமணம் !
மழையின் ஈரம்!
நெருப்பின் வெப்பம்!
மேகங்களின் பயணம்!
மலையின் உயரம் !
அருவியின் ஆர்ப்பரிப்பு !
நிலவின் ஒளி !
நட்சத்திரங்களின் கூட்டம் !
கடற்கரையின் மௌனம் !
மண்ணின் வாசம்!விடியலின் அழகு !
இரவின் தனிமை !
இன்னும் எத்தனை எத்தனை ?!

அதிசயங்கள் உன்னில் !
மெய் சிலிர்த்தேன் !
இயற்கையே !
பிரம்மனும் படைத்தானோ உன்னை !
பிரம்மாண்டமாய் படைத்தானே உன்னை !

-Priyadharshini T

இயற்கை

இயற்கை !

இதயம்இலகும்... இனிமையான உணர்வு..!இமைகள்
இமைக்க மறுக்கிறது,மறக்கிறது...இனிய என்
இயற்கையே... என்ன விந்தை...!எழில் சிந்தும் உன்
அழகை.... அளக்கஇச்சிறுகண்கள் காண
பத்தவில்லை...
பச்சை கம்பளம் போர்த்தி பசுமையாய்...பவனிக்கும்
பதுமையே...
உன் பருவமாற்றங்கள்..
என்னுள் எத்தனை பரவசங்கள்!
என் உடல் வலிக்குமென்று உணர்ந்தாயோ
நீ!என்னவோ என்னை வருடி உள்சென்று
என்னுயிர் மீட்டினாய் சுவாசமாக...
காற்றேஆனால் பொல்லாத நீ என்னுள்காதலுடன்
தென்றலாய் ...
கோபத்துடன் சூறாவளியாய்! ...
சிலுசிலுவென சிலநேரங்களில் சில்மிஷம்
செய்கிறாய்...
என்ன சோகம் முகிலே உனக்கு ....
முத்துக்களை சிந்துகிறாய்முழுதும் என்னை
மூர்ச்சையாக்கி சிரிக்கிறாய் ...

மின்னலாய், விழுகிறாய் இடியாய்...இப்பெண்ணின்
இதயம் தாங்குமோ உன் ...மழையென்னும்
மழலையின் அன்பில் நனையாமல்!
இத்தனை லீலைகளையும் இனிதே செய்த
நீ...பிடிக்கச்சொல்லி பறக்கிறாய்,
எல்லையற்ற பரந்த ஆகாய சாலைகளில்
பாய்ந்து நான் பிடிக்கையிலே,
உன் வடிவத்தைமாற்றும் அழகை பார்த்து மயங்காத
மனிதரும் உண்டோ!
ஒற்றுமையை உரக்கச்சொல்லி....!
வேற்றுமையை உடைக்கச் சொல்லி!..
பல வண்ணங்களில் எண்ணங்களை ஒன்றாக்க...இரு
மலையென்னும் கரங்களை இறுக்கப்பிடித்து...நீ
கொண்ட வானவில் அவதாரம் ஓர்
அதிசயம்!இயற்கையே நீ ஓர் அற்புதம்!

-R.Nandhini

பஞ்சபூத நிதர்சனம்

பம்பரத்தை ஒத்த பந்து
ஒன்று இங்கு சுத்துது

தனித்து தவித்து நின்ற நமக்கு
தாயைப் போல தந்தது

கருவறைக்குள் இருந்தபோது
தாயை எட்டி உதைத்த நாம்
நிலவறைக்குள் வந்தபின்னும்
நிறுத்தவில்லை இக்கொடுமையை....

உருகொடுத்த அன்னையாய்
உயிர்கொடுத்த தந்தையாய்
இரண்டுமாகி நின்ற
இந்த இயற்கையே
இறைவனாய் பரிணமித்தது ஓர் அதிசயம்.....

இயற்கையே இறைவன் என்று
இலக்கணம் தந்த கூட்டம்
இக்கணம் அதை மறந்து
போடுது தள்ளாட்டம்..,

சமத்துவத்தை தேடித்தேடி
தரணி எங்கும் ஓடினேன்

ஓடியாடி ஓய்ந்த பின்னே
உண்மை உணர வேண்டினேன்..,

சாம்பர் பூசும் தலைவனாம்
சதாசிவம் அவன் பெயர் -
உண்மையை அவன் உரைக்க கேட்பீர்கள்:

நீர் நிறைந்த பானையில்
ஓட்டை மொத்தம் ஒன்பதாம்

ஒழுகும் நீரை நிறுத்தினால்
ஆயுள் உனக்கு எண்பதாம்

வழியறிந்தால் வாழ்வு உண்டு.
"வெளி"யறிய உய்வுண்டு

நெருப்பு இருக்கும் உடலிலே
நீரும் நிலைத்திருக்குமாம்!

ஐம்பூதம் பகுத்தறிந்து
வாழ்ந்தால் துன்பமில்லை,
பிரித்தெறிந்து பார்த்தால்
உடலும் இல்லை உயிரும் இல்லை,
யாவும் ஐம்பூதம் தானடா..!!

-Ram Prakash D

நீளுமா இரவு

போகும் பாதை எங்கும்கண்ட காட்சிகள்..
நெஞ்சை சிதறடித்து
சிலாகிக்க வைத்தது!
பச்சை புற்களால் நிறைந்த
பசும் போர்வைகள்;
கனமான தண்ணீர்
பாறை மீதிருந்து விழும் அழகென்ன..
கொள்ளை அழகு..!
குருவியின் சத்தம்
நெஞ்சத்தை பதமாய் வெட்டும்;
மரத்தின் இலையில்
படிந்திருக்கும் நீர்த்துளி
இதை விட வேறு ஒரு
ஓவியத்தை எங்கு தேடுவேன்..!
கண்களை கொள்ளை
கொள்ளும் காட்சி..!
காலை வெயில் கண்கள் கூச
மாலை வெயில் மனதுடன் பேச,
சூரியன் மறைந்து
சந்திரன் வரும் வேளை,
வானம் இருண்டு சில்லென்ற
காற்று சட்டென்று மோதும்,
அந்த தீண்டலுக்கு என்ன விலை கொடுப்பேன்..!
கொடுத்தாலும் ஈடாகுமா இன்பமான ஈரக்காற்றுக்கு..!
மண்ணில் மலர் போல் விரியும்

மழைத்துளியே நீ பதில் சொல்!

அலை அலையான காற்றுக்கு ,அழகழகாய்அசையும் -

இலையே நீ பதில் சொல்!
பூத்து குலுங்கும் மலரே
நீ பதில் சொல்!
என்றும் புதுமை மாறா
ஓடை நீரே நீ பதில்!
வழியெங்கும் ஓடோடி செல்லும்
நதியே நீ பதில் சொல்!

நிறம் மாறி, குணம் மாறி

பெரிதாய் போனாலும் அழகாய் தவழும்,
கடல் அலையே நீ பதில் சொல்!
மழை ஓய்ந்து இரவானாலும்
மனம் ஓயவில்லை,
விண்மீன்களிடம் ஒரு விண்ணப்பம்
பிரகாசமாய் மின்னும் நிலா -
இப்போது செல்ல வேண்டாம்..
முடியாத இந்த இரவு
விடியாமல் தொடரட்டும்...
இயற்கையே பதில் சொல்கிறது
சிந்திப்பதை நிறுத்தி அழகாய் அனுபவி
மனித எண்ணங்களை தாண்டியது தான் இந்த இயற்கை!

-ROOBAN

இயற்கையும், மனிதனும்

இயற்கையின் படைப்பை
அழிக்கும்மனிதன் மறந்தான்,
அவனும் இயற்கையின்
படைப்புஎன்பதை!

-Sowndharya .M

இயற்கை

காலை கதிரவன்
என்னை எழுப்பும் முன்,
அவன் எழுகின்ற
அழகில்விழ்ந்திடவே விழிப்பேன்!
செல்லத் தென்றல்
அதுஎன்னைத் தழுவிக்கொள்ள,
அதன் அன்பில்
நானும் துளிர்தேன்!
கதை சொல்லுகின்றமேகங்கள்,
என் கற்பனையைத்
தூண்டும் ஓவியங்கள்.....
மழை வருவதுப் போல
ஒரு வானிலை!
மனதை மயக்கும்மண்வாசனை.....
பல நிறங்கள் சேர்ந்தஅரை வட்டம்.....
மழை சிந்தும் அந்நேரம்
கரைகிறேன் நானும்.....

- பா.ஸ்ரீ சாதனா

விதை சொல்லும் கதை

விதை சொல்லும் கதைமண் என்ற கர்ப்பத்தில்
மறைத்தாய்,
மணிப்பொழுதும் என்னை நீ காத்தாய்

மண்ணில் இருந்து நான் பிறந்தநேரம்மகிழ்ச்சியின்
சாரல் உன் நெஞ்சின் ஓரம்

மழையின்றி நான் சோர்ந்திடக் கண்டாய்
மணல் போலே மனம் சரிந்து நின்றாய்

நீர்பார்த்து நான் சிரிக்க
நிலம் பார்த்து (தலை குனிந்து) கடன் பெற்றாய்

நிழல் ஒன்று நான் தரும் தருணம்
நித்திரையில் நீ ஆழ்ந்தாய்

நீ விழிப்பாய் என்றிருந்தேன்
நிரந்தரமாக கண்மூடிவிட்டாய் என் ம(அ)டியில்...

நட்டு வைத்த மரங்கள் நன்றி சொல்ல
காத்திருக்கநாயகனே நீ எங்கு சென்றாயோ...?

உன்னை இழந்து நான் மருகி நின்றேன்

உதிர்ந்த இலைகளுடனும் ,உதிராத உன்
நினைவுகளுடனும்...

இயற்கை அன்னையின் இனிய மகனே...!இளம்
மொட்டுக்களும் இறுகிக்கருகியது உன் இழப்பினால்...

உலகின் உயிரைக் காத்திட
உன்னைப் போன்ற போராளிகள் பலர் வேண்டும்...

விதையாக விழுந்தாயே விண்ணுலகில்
விடியல் தரும் மரமாக மீண்டும் முளைத்திடு நீ
இம்மண்ணுலகில்...

விதைப்போம் ஒரு விதையைவிண்ணுலகம் சென்ற
விவசாயியை நினைத்து...

-Thamilarasi V

இயற்கை ஓர் அற்புதம்...

இயற்கையை செழிக்கவைத்தால்
இயற்கைநம்மை செழிக்க வைக்கும்.
நாம் அழிக்கநினைத்தால்
இயற்கைநம்மை அழித்து விடும்.

ஆறாத காயங்களுக்கு
நீண்ட தூர பயணமும்
இயற்கையும் தான்
சிறந்த மருந்தாகஇருக்கின்றது.
யாரை தேடி அலைகின்றது
என்று தெரியவில்லை
இந்த நிலா இரவு முழுவதும்
அலைந்து கொண்டேஇருக்கின்றது
இந்த நிலா..!

பொங்கிவிழும் அழகு

இயற்கையின் மடியில்
அவ்வப்போது வந்து
இளைப்பாறுகிறது
இடியும் மின்னலும்..!
பசுமைபடர் பர்வதத்தில்
பாலருவி பொங்கிவிழும் ....!

எழில் கொஞ்சும் இயற்கை

அலங்கார விருட்சவளைவு
அழகாக வரவேற்கும் ....!!

வெயிலுக்குத் திரைபோட்டு
வெண்மேகம் குடைவிரிக்கும் .....!!

மலையருவி விழும்சத்தம்
மதுரமாய் மனம்மயக்கும் ....!!

தடாகம் தவழும்தென்றல்
தடவமேனி சிலிர்த்துவிடும் .....!!

கரையமர்ந்து காட்சிகாண
கவிதைகள் ஊற்றெடுக்கும் ....!!!

மண்நோக்கும் பச்சிலையும் மஞ்சுளமாய்
நாணிடவிண்பார்க்கும் வெண்பூக்கள் வீரமாய் !-
கண்கொள்ளாக்காட்சியிது
நம்மைக் கவர்ந்திடும் காந்தமாய்
மாட்சிமை மிக்க மரம்..!!

-Vinothini.s

www.ingramcontent.com/pod-product-compliance
Lightning Source LLC
LaVergne TN
LVHW031426170726
843492LV00009B/2881

* 9 7 8 8 1 9 5 3 4 5 4 5 8 *